**TƯỞNG NIỆM
SƯ BÀ DIỆU TÂM**

TƯỞNG NIỆM SƯ BÀ DIỆU TÂM

Chủ trương: Chùa Bảo Quang Hamburg

Tổng hợp nội dung: Thị Minh & Nguyên Đạo
Trình bày: Nguyên Minh
Thiết kế bìa: Họa sĩ Sao Mai
Deutsche Übersetzung: Dr. Olaf Beuchling,
(Dharma-Name Thiện Trí)
English translation: Dr. Nguyễn Long,
(Dharma-name: Chân Thông Tri)

ISBN: 978-1-0919-7706-8

Viên Giác Tùng Thư

SƯ BÀ

HOCHEHRWÜRDIGE

MOST VENERABLE

THÍCH NỮ DIỆU TÂM

NAM MÔ TỪ LÂM TẾ CHÁNH TÔNG,
TỨ THẬP TỨ THẾ, KHAI SƠN ĐỨC QUỐC
BẢO QUANG NI TỰ,
HÚY THƯỢNG NGUYÊN HẠ TỪ,
TỰ DIỆU TÂM HÒA THƯỢNG NI GIÁC LINH
THÙY TỪ CHỨNG GIÁM

MỤC LỤC - INHALTSVERZEICHNIS - CONTENTS

✦ **TIỂU SỬ SƯ BÀ THÍCH NỮ DIỆU TÂM**
Viện Chủ Khai Sơn Bảo Quang Ni Tự
Hamburg, Đức Quốc 13

   ✦ **Thân thế**...13

   ✦ **Tu học** 14

   ✦ **Hoạt động xã hội**...................................14

   ✦ **Kiến lập đạo tràng** 15

   ✦ **Hành Hương Chiêm Bái** 16

   ✦ **Quan hệ xã hội** 16

   ✦ **Những ngày cuối cùng**..........................17

   ✦ **Trích đoạn một phần Bản Di Chúc**.........19

✦ **MỘT VÀI HÌNH ẢNH SƯ BÀ**
QUA CÁC CHẶNG THỜI GIAN
Einige Fotos aus verschiedenen
Lebensphasen der Hochehrwürdigen
Some photos from different
life phases of the Most Venerable......................25

✦ **BIOGRAPHIE DER HOCHEHRWÜRDIGEN**
BHIKSUNI THÍCH NỮ DIỆU TÂM
Gründeräbtissin der Nonnenpagode Bảo Quang
in Hamburg, Deutschland 37

✦ HERKUNFT 37

✦ AUSBILDUNG UND PRAXIS 38

✦ SOZIALE AKTIVITÄTEN 39

✦ GRÜNDUNG MONASTISCHER ÜBUNGSZENTREN ... 40

✦ PILGERREISEN UND KONTEMPLATION 41

✦ SOZIALE BEZIEHUNGEN 41

✦ DIE LETZTEN TAGE 43

✦ AUSZUG AUS DEM TESTAMENT 45

✦ BIOGRAPHY OF THE MOST VENERABLE
BHIKSUNI THÍCH NỮ DIỆU TÂM
Founder Abbess of the Nun Pagoda Bảo Quang
in Hamburg, Germany 55

✦ ORIGINS..55

✦ STUDIES AND PRACTICE 56

✦ SOCIAL ACTIVITIES 57

✦ ESTABLISHMENT OF MONASTIC PRACTISING CENTERS 57

✦ PILGRIMAGE AND CONTEMPLATION 58

✦ SOCIAL RELATIONS 59

✦ THE LAST DAYS.................................60

✦ EXCERPT FROM THE WILL 63

PHẦN TIẾNG VIỆT

TIỂU SỬ
SƯ BÀ THÍCH NỮ DIỆU TÂM
Viện Chủ Khai Sơn
Bảo Quang Ni Tự
Hamburg, Đức Quốc

Thân thế

Sư Bà Diệu Tâm thế danh Văn Thị Mai, pháp danh Nguyên Từ, sinh năm Kỷ Mão (1939) tại Quảng Nam, Việt Nam, là đệ tử đầu của Sư Cụ thượng Đàm hạ Minh. Ông bà thân sinh của Sư Bà tuy theo tân học nhưng một mực thâm tín Phật Pháp. Ngay từ thuở nhỏ Sư Bà vẫn thường theo cha mẹ đi chùa tụng kinh lễ Phật. Năm 15 tuổi Sư Bà cùng song thân đến Chùa Sư Nữ Bảo Thắng ở Hội An cầu pháp với Sư Cụ thượng Đàm hạ Minh và xin thế phát xuất gia. Bốn năm sau, vào ngày 19.06.1959 (Kỷ Hợi), Sư Cụ cho Sư Bà thọ Sa Di Ni và hai năm sau đó, ngày 17.11.1961 (Tân Sửu) thọ Thức Xoa Ma Na Ni. Đến năm 1965, nhận thấy đạo hạnh đã đầy đủ, Sư Cụ cho Sư Bà Diệu Tâm thọ Tỳ Kheo Ni, Bồ Tát Giới tại Đại Giới Đàn Vạn Hạnh tổ chức ở Tổ đình Từ Hiếu, Huế (17.-18.07.1965 Ất Tỵ) do cố Đại Lão Hòa Thượng thượng Giác hạ Nhiên, đệ nhị Tăng Thống GHPGVNTN làm đàn đầu.

Tu học

Ngoài việc tu học với Sư Cụ Đàm Minh và chư Tôn Đức Ni thân cận khác như quý Sư Cụ Diệu Không, Sư Cụ Cát Tường, Sư Cụ Diệu Trí v.v… Sư Bà Diệu Tâm còn được sư phụ gởi đi học các chương trình Trung Cấp Phật Học tại Phật Học Ni Viện Nha Trang và học Chuyên môn Xã Hội theo Chương Trình An Sinh Xã Hội của Viện Đại Học Vạn Hạnh.

Hoạt động xã hội

Sư Bà từng đảm nhận các nhiệm vụ: Giám đốc Cô Nhi Viện Diệu Định Đà Nẵng, điều hành các Ký Nhi Viện Bảo Quang, Ký Nhi Viện Thanh Khê Đà Nẵng và trực tiếp trách nhiệm trường mẫu giáo chùa Bảo Thắng Hội An. Tại hải ngoại Sư Bà tiếp tục nhiều năm làm Tổng Vụ Trưởng Tổng Vụ Xã Hội GHPGVNTN tại Âu châu, sáng lập và điều hành Chương Trình Học Bổng cho Tăng Ni du học sinh tại Ấn Độ, Đài Loan và một vài trường hợp tại Hoa Kỳ. Sư Bà vẫn thường trực tiếp lãnh đạo các công tác từ thiện hay hỗ trợ các chương trình xã hội như xây cầu, phát cháo cho người bệnh… hay cứu trợ thiên tai tại Việt Nam và các nơi trên toàn thế giới.

Kiến lập đạo tràng

Ngay từ khi mới xuất gia, vì là người đệ tử đầu nên Sư Bà đã luôn hết mình phụ giúp Sư Phụ kiến lập các ngôi già lam Bảo Thắng Ni Tự ở phố cổ Hội An và Bảo Quang Ni Tự ở thành phố Đà Nẵng. Nối tiếp công hạnh ấy của Sư phụ, ngay sau khi đến Đức Quốc vào mùa hè năm 1984, Sư Bà Diệu Tâm đã kiến lập ngôi Chùa Ni mang tên Bảo Quang tại Hamburg. Sư Bà đã cố gắng vượt qua bao nhiêu chướng ngại ban đầu để xây dựng đạo tràng và ni chúng trên mảnh đất lạ xứ người này, nơi mà trước kia Sư Bà thường nói là: "Khó khăn như kẻ đi gieo hạt bồ-đề trên nền xi măng."

Bên cạnh việc giáo dục đồ chúng, giảng dạy Phật pháp cho Phật Tử, Sư Bà Diệu Tâm cũng đã rất quan tâm và giúp đỡ đàn hậu học. Sư Bà đã cố vấn sáng lập và trực tiếp hướng dẫn tinh thần nhiều cơ sở đào tạo Ni chúng khắp nơi. Đó là các ngôi già lam Bảo Vân và Hoa Đàm (tại Việt Nam), Linh Thứu ở Berlin, Bảo Thành ở Koblenz, Bảo Đức ở Oberhausen (tại Đức quốc) và Bảo Liên ở Odense (tại Đan Mạch). Ngoài ra, Sư Bà vẫn luôn hỗ trợ các chương trình xây dựng hay trùng tu các ngôi tổ đình, tự viện tại Việt Nam hay cúng dường các chùa và Phật Học Viện trên toàn thế giới.

Hành hương chiêm bái

Để gieo trồng niềm tin vững chắc với Phật pháp cho hàng Phật Tử, Sư Bà thường tổ chức các cuộc hành hương sang chiêm bái Phật tích, Thánh tích tại Ấn Độ, Tích Lan, Thái Lan, thăm Tứ đại Thánh tích Danh sơn ở Trung Hoa cũng như các danh lam cổ tự trên toàn thế giới. Sư Bà cũng thường lui tới các Tự viện trên các châu lục để thăm viếng và lễ bái, thăm hỏi, vấn an chư Tôn Đức Tăng Ni đồng đạo.

Quan hệ xã hội

Sư Bà luôn chú trọng quan hệ và giúp đỡ các tổ chức Phật Giáo bạn tại tỉnh nhà Hamburg, như các Hội Phật Tử người Đức, Tây Tạng, Tích Lan... Sư Bà cũng quan hệ với những tổ chức văn hóa giáo dục khác tại địa phương như Viện Đại Học, Viện Bảo Tàng thành phố Hamburg hay các tổ chức tôn giáo bạn tại địa phương như Tin Lành, Thiên Chúa Giáo... Qua nếp sống giản dị khiêm tốn, tinh cần tu học, tịnh giới trang nghiêm, Sư Bà thường được chư Tôn Thạc Đức Tăng Ni trên toàn thế giới quý mến. Khi có dịp đến Đức quốc các Ngài thường ghé Hamburg viếng thăm Chùa Bảo Quang, mặc dù có khi Chùa còn trong giai đoạn rất chật hẹp. Pháp tòa Chùa Bảo Quang Hamburg từng được vinh dự đón tiếp các Cao Tăng Thạc Đức như Hòa Thượng (H.T.) Thích Tâm Châu (Canada); H.T. Thích Mãn

Giác, H.T. Thích Tín Nghĩa, H.T. Thích Nguyên Siêu (Hoa Kỳ); Thiền Sư Thích Nhất Hạnh, H.T. Thích Minh Tâm, H.T. Thích Tánh Thiệt (Pháp); H.T. Thích Như Huệ, H.T. Thích Bảo Lạc (Úc); H.T. Thích Minh Tuyền (Nhật Bản); H.T. Thích Như Điển (Đức)… và còn rất nhiều bậc tôn túc khác. Những giảng sư nổi tiếng ngoại quốc như Thiền Sư Ajahn Brahm cũng đã từng đến thuyết giảng tại đây. Những Tăng Ni trẻ khắp nơi cũng rất thường xuyên thăm viếng Sư Bà, có khi để bàn bạc, trao đổi một vài ý kiến hay một lời khuyên trong thâm tình đạo vị. Đối với các Phật Tử tại gia, Sư Bà thường quan tâm thăm hỏi sức khỏe người lớn tuổi, theo dõi những sinh hoạt của người trẻ, khuyên răn sống sao cho hợp đạo lý. Cũng có khi Sư Bà đi cả hằng mấy trăm cây số đến tận nơi khuyên nhủ góp ý cho một gia đình có những mâu thuẫn. Đến đâu Sư Bà cũng được hàng Phật Tử kính trọng và thương mến.

Những ngày cuối cùng

Dù thân mang nhiều chứng bệnh có từ trước, từ bệnh tim, suyễn, bao tử… nhưng Sư Bà vẫn thường xuyên hỏi han chăm sóc các đạo tràng, hướng dẫn hàng đệ tử và đồ chúng huân tu, sách tấn Phật Tử tu tập. Thuận thế vô thường, Sư Bà đã xả báo thân về với chư Phật chư Tổ để lại bao nhiêu nỗi tiếc thương cho Tăng Ni, Phật Tử và đặc biệt cho hàng môn đồ pháp quyến chúng con.

Vâng lời chư Tôn Đức, môn đồ chúng con xin ghi lại nơi đây vắn tắt những công hạnh của Sư Bà chúng con, dù biết rằng chưa chắc Người sẽ được vui khi chúng con nhắc lại những việc ấy. Tâm nguyện của Sư Bà là nhất tâm trì chí với sứ mạng "tác Như Lai sứ, hành Như Lai sự" mà không mong người đời nhắc đến. Chúng con xin cung kính khắc ghi lời dạy của Sư Bà ghi trong lời Di Chúc để lại cho môn đồ: Tinh Tấn Tu Hành, Nghiêm minh Giới Luật, Vui sống Lục Hòa, Từ bi với mọi loài chúng sanh.

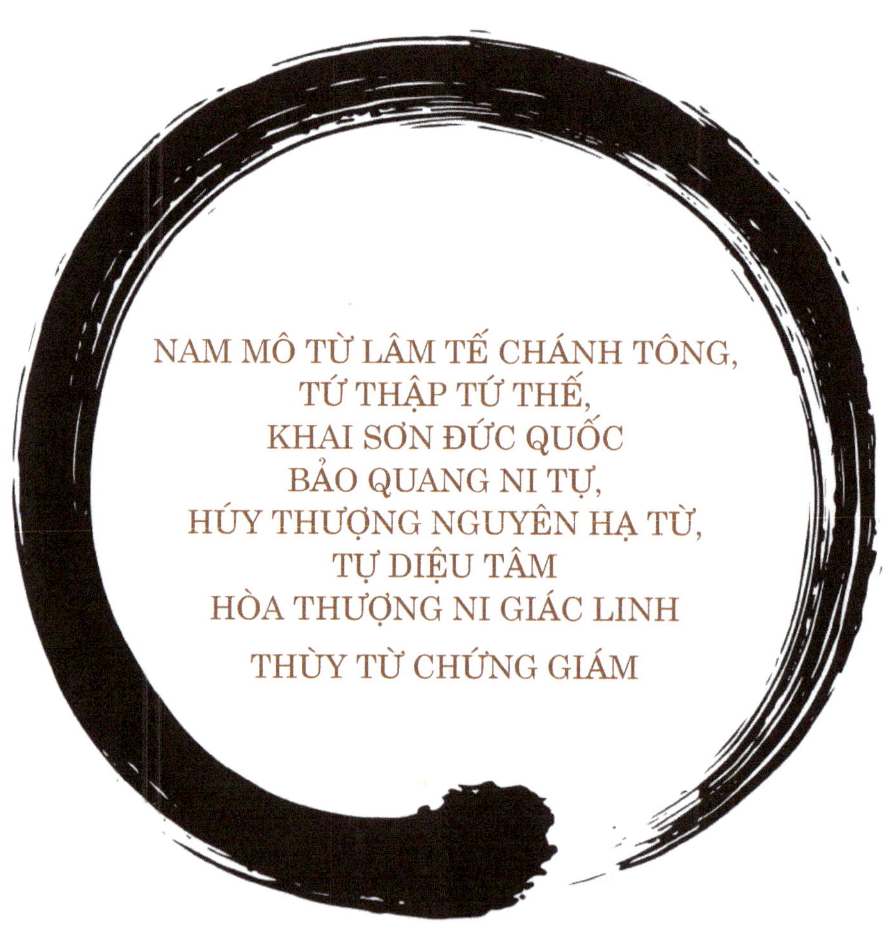

Trích đoạn một phần Bản Di Chúc
(ký ngày 06.08.2012 tại Hamburg)

Bản Di Chúc, thủ bút Sư Bà Diệu Tâm
công bố với môn đồ pháp quyến
tại Chùa Bảo Quang vào ngày 12 tháng 12 năm 2012

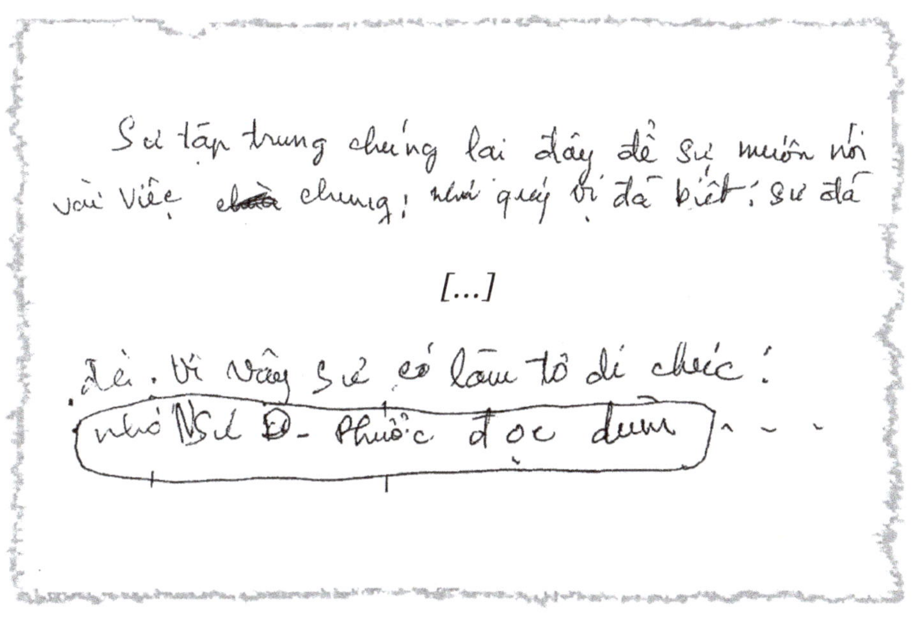

[...]

Thứ nhất là việc tang lễ của tôi

Các đệ tử môn đồ của tôi lo tổ chức việc lễ tang sao cho thật đơn giản, cố tránh rườm rà linh đình, tốn kém của đàn na tín thí. Phần Nghi Thức Tang Lễ tôi xin kính nương vào oai đức của Chư Tôn Đức trong Giáo Hội PGVNTN ở Đức cũng như trong Môn Phái đang ở Âu châu, ngưỡng mong chư vị từ bi hứa khả.

Thứ hai là việc tro cốt

Dẫu biết vô thường, có sinh có diệt, tất cả rồi chỉ còn lại những nắm tro. Nhưng nghĩ cho cùng, thân người khó được lại có duyên may gần kề Phật Pháp. Năm, sáu mươi năm an trú trong đạo trên hành trình bảy, tám mươi năm trong đời,[1] bây giờ ra đi chỉ xin lưu lại chút ít hình tướng với ước nguyện, nó sẽ là một biểu tượng nhỏ hầu nhắc nhở sách tấn hàng đệ tử môn đồ xuất gia và tại gia cũng như các Phật tử tinh tấn tu tập. Với tâm nguyện như thế, nên sau khi thân tứ đại này đã thiêu rụi trở thành tro bụi, xin chia nó ra làm bốn hũ nhỏ và đặt tên nó như sau:

1.

Hũ thứ nhất tên là **Nhân Duyên**: Từ lúc chào đời đến năm mười bốn mười lăm tuổi, do bởi vô minh, vì

---

[1] Tính đến năm 2012.

miếng ăn sự sống mà tôi đã làm tổn hại không biết bao nhiêu sinh mạng các loài thủy tộc, nhiều nhất là ở quê ngoại Bình Triều. Dù cả đời tu học đã chí thành sám hối, phóng sanh, lập đàn cầu siêu chẩn tế, nhưng vẫn cảm thấy chưa đủ. Nay xin mang chút tro cuối cùng này rải vào dòng sông Chợ Được xem như là biểu tượng cuối cùng trả món nợ nhân duyên ấy. Trước khi tro tôi thả xuống sông, xin cho tôi ghé về đảnh lễ Phật và Tổ ở Chùa Sư Nữ Bảo Thắng, nơi đây vào năm 1956 tôi đã đến xin Sư Phụ cho hành điệu và thế phát xuất gia.

2.

Hũ thứ hai tên là **Thầy Tổ**: Nghĩa Ân Sư muôn kiếp khó đáp đền, ngày Sư Phụ xả thân ra đi tôi lại không được có mặt bên cạnh để hầu hạ. Nay kiếp ta bà đã mãn, tôi mong muốn được về nằm chung cùng huynh đệ ở ngôi Tháp nhỏ kế bên Tháp Sư Phụ mình (tháp này đã do huynh đệ xây dựng sẵn để chị em chúng tôi cùng nằm chung bên Thầy trong khuôn viên Tổ đình Tường Vân ở Huế). Cho tôi được ở bên Thầy tôi để luôn luôn gần gũi hầu hạ Ân Sư nhiều đời kiếp nữa. Trước khi nhập Tháp cho tôi về thăm, lễ Phật và tạ ơn Tam Bảo ở Chùa Sư Nữ Bảo Quang Đà Nẵng, nơi đây tôi đã nhiều năm tu học, đội ơn giáo dưỡng sâu dày của Thầy.

3.

Hũ thứ ba tên là **Đảnh Lễ**: Còn chút tro bụi, xin cho tôi được về trú tại đất Phật, nguyện đời đời kiếp kiếp đi theo con đường chánh pháp. Nếu thuận duyên, xin rải chút tro này ở Linh Thứu Sơn Ấn Độ, nơi mấy ngàn năm trước đức Từ phụ Thích Ca Mâu Ni từng đưa tay nâng đóa hoa cho nụ cười "niêm hoa vi tiếu" của Ngài Ca Diếp nở ra, nơi mà những lời giáo huấn cao siêu, những bộ kinh lớn như Pháp Hoa… đã hơn một lần được phát ra từ chính kim khẩu Phật làm rúng động cả tam thiên đại thiên thế giới. Quý Phật tử thương tôi, nếu có đủ điều kiện, đủ thiện duyên nên thu xếp cùng tôi một lần về xứ Phật và đồng thời hành hương các Phật tích ở đây. Sự cảm nhận những linh thiêng mầu nhiệm trên đất Phật mỗi người phải tự cảm ứng thể nghiệm, như tôi đã có cơ duyên có được lúc sinh tiền. Về hành hương xứ Phật các Phật tử cứ tâm niệm là có tôi ở đó đón tiếp và hướng dẫn cho quý vị.

4.

Hũ thứ tư tên là **Cảm Tạ và Tiếp Nối**: Hũ tro này sẽ nằm tại Khu Phật Giáo của nghĩa trang Öjendorf Hamburg, Đức Quốc. Đây là lời cảm tạ chân thành của tôi với nước Đức, đất nước đã cưu mang tôi và những đồng bào của tôi trong nhiều năm qua. Tôi cũng mong ước các thế hệ sau này nên chọn ngày Lễ Vu Lan, sau khi lễ Chùa lạy Phật hãy cùng về đây đốt một nén hương cho Ông Bà Cha Mẹ, cho tất cả những người thân hay sơ nằm an nghỉ ở đây. Việc này xem như là thiết lập truyền thống Lễ Thanh Minh tại Đức, trong lúc thời tiết ấm áp của mùa Vu Lan để cùng duy trì tiếp nối những nét đẹp văn hóa Việt tại xứ người. Trước khi chôn hũ tro vào lòng đất xin cho tôi được về đảnh lễ Phật và chư Tổ tại Chùa Viên Giác Hannover, cơ sở trung ương của Giáo Hội, là chiếc nôi và đầu tàu của Phật giáo Việt Nam tại nước Đức.

Tâm nguyện của tôi chỉ có như thế. Rất mong thay!

(. . .)

... Ngoài ra các con đừng lo buồn khi không còn Thầy. **Tinh tấn tu hành, nghiêm minh giới luật, vui sống lục hòa, từ bi với mọi loài chúng sanh**, *làm được những hạnh nguyện đó có nghĩa là chư Tổ và Thầy đang có mặt bên các con rồi đó.*

Nam Mô Thường Tinh Tấn Bồ Tát Ma Ha Tát

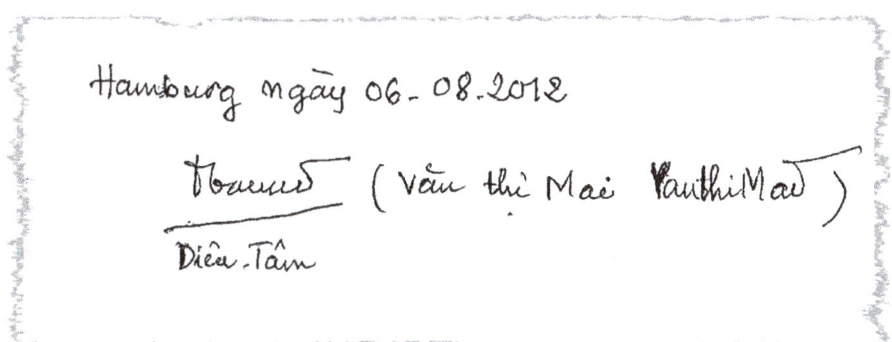

MỘT VÀI HÌNH ẢNH SƯ BÀ QUA CÁC CHẶNG THỜI GIAN

Einige Fotos aus verschiedenen Lebensphasen der Hochehrwürdigen

Some photos from different life phases of the Most Venerable

Hình 1: Hòa Thượng Minh Châu (Viện trưởng Viện Đại Học Vạn Hạnh) trao Chứng Chỉ Tốt Nghiệp Chương trình An Sinh Xã Hội Đại Học Vạn Hạnh cho Sư Bà Diệu Tâm (1967).

Foto 1: Hochehrwührdiger Thích Minh Châu, Präsident der Universität Vạn Hạnh, überreicht der Hochehrwürdigen Nonne das Abschlusszeugnis der Sozialen Wohlfahrtsfürsorge der Universität Vạn Hạnh (1967).

Photo 1: Most Venerable Thích Minh Châu, president of the Vạn Hạnh University, hands the Most Venerable nun her diploma in Social Welfare from Vạn Hạnh University (1967).

Hình 2: Sư Bà Diệu Tâm lúc ở Đà Nẵng, Việt Nam (khoảng 1970).

**Foto 2: Die Hochehrwürdige während ihrer Zeit
in Đà Nẵng, Việt Nam (ca. 1970).**

**Photo 2: The Most Venerable during her time
in Đà Nẵng, Việt Nam (ca. 1970).**

**Hình 3: Lễ Quy Y Tam Bảo cho Phật Tử đầu tiên
tại Tịnh Thất Bảo Quang Hamburg (1984).**

**Foto 3: Die erste Zeremonie der Zufluchtnahme zu den Drei Juwelen
in der Pagode Bảo Quang in Hamburg-Jenfeld (1984).**

**Photo 3: First ceremony for taking refuge in the Three Jewels
in the pagoda Bảo Quang in Hamburg-Jenfeld (1984).**

Hình 4: Sư Bà trước sân Chùa Bảo Quang Hamburg-Billstedt (1992).

Foto 4: Die Hochehrwürdige im Garten der Pagode Bảo Quang in Hamburg-Billstedt (1992).

Photo 4: The Most Venerable in the the backyard of the pagoda Bảo Quang in Hamburg-Billstedt (1992).

Hình 5: Sở thích đặc biệt của Sư Bà: Yêu thiên nhiên (2007)

Foto 5: Eine besondere Eigenschaft der Hochehrwürdigen: Die Liebe zur Natur (2007)

Photo 5: A special trait of the Most Venerable: The love for nature (2007)

Hình 6: Báo chí Đức đưa tin về Chùa Bảo Quang đã sửa chữa một nhà kho thành Chánh Điện thờ Phật (2008).

Foto 6: Ein Pressebericht der *Hamburger Morgenpost* vom 14. August 2008, der berichtet, wie die Pagode Bảo Quang eine Lagerhalle in einen Tempel verwandelte.

Photo 6: A press report in the *Hamburger Morgenpost* from August 14, 2008, reporting on how the pagoda Bao Quang turned a warehouse into a temple.

Hình 7: Những năm cuối đời của Sư Bà ở Chùa Bảo Quang Hamburg.

Foto 7: Die letzten Jahre der Hochehrwürdigen
in der Pagode Bảo Quang Hamburg.

Photo 7: The last years of the Most Venerable
in the pagoda Bao Quang Hamburg.

PHẦN DỊCH TIẾNG ĐỨC

DEUTSCHE ÜBERSETZUNG

BIOGRAPHIE DER HOCHEHRWÜRDIGEN BHIKSUNI THÍCH NỮ DIỆU TÂM

Gründeräbtissin der
Nonnenpagode Bảo Quang
in Hamburg, Deutschland

HERKUNFT

Die Hochehrwürdige Bhiksuni Diệu Tâm (weltlicher Name: Văn Thị Mai, Ordinationsname: Nguyên Từ) wurde 1939, in dem Jahr der Katze (Kỷ Mão) in Quảng Nam, Việt Nam, geboren. Sie war die erste Schülerin der Hochehrwürdigen Bhiksuni Đàm Minh. Trotz ihrer modernen Bildung waren beide Eltern der Lehre Buddhas sehr zugeneigt. Daher begleitete Diệu Tâm schon im zarten Alter ihre Eltern zu den Pagoden, um Buddha zu verehren.

Im Alter von 15 Jahren ging die Hochehrwürdige Nonne mit ihren Eltern zu der Pagode Bảo Thắng in

Hội An, um die Hochehrwürdige Nonne Đàm Minh um Erlaubnis zu bitten, ins Kloster zu gehen. Vier Jahre später, am 19.06.1959, wurde sie als Novizin ordiniert und nach zwei Jahren, am 17.11.1961, erhielt sie die höhere Siksamana Ordination.

Angesichts ihrer Studien, ihrer Praxis sowie ihres guten Charakters erachtete die Hochehrwürdige sie im Jahr 1965 als geeignet, eine Bhiksuni zu werden; sie ließ sie an der formalen Ordinationszeremonie teilnehmen, die am 17. und 18.07. 1965 in der Wurzelpagode Từ Hiếu in Huế durchgeführt und von dem Hochehrwürdigen Bhiksu Thích Giác Nhiên, zweiter Oberpatriarch der Vereinigten Vietnamesischen Buddhistischen Kongregation, geleitet wurde.

AUSBILDUNG UND PRAXIS

Neben ihren Studien mit der Hochehrwürdigen Bhiksuni Đàm Minh und anderen hochrangigen Mönchen und Nonnen (wie den Hochehrwürdigen Diệu Không, Cát Tường und Diệu Trí), wurde die Hochehrwürdige Bhiksuni Diệu Tâm von ihrer Meisterin ausgewählt, um an einem Fortbildungsprogramm in dem Nonnenkloster in Nha Trang teilzunehmen und ein Studium der Sozialen Wohlfahrtsfürsorge an der Universität Vạn Hạnh zu absolvieren.

SOZIALE AKTIVITÄTEN

Die Hochehrwürdige Bhiksuni hatte viele Vertrauenspositionen inne: sie war Direktorin des Waisenheims Diệu Định in Đà Nẵng, Leiterin der Kindertagesstätte Bảo Quang, Thanh Khê in Đà Nẵng, und verantwortlich für die Kinderschule der Pagode Bảo Thắng in Hội An.

Während sie im Ausland lebte, setzte sie ihr Engagement als Generaldirektorin des Sozialausschusses der Vereinigten Vietnamesischen Buddhistischen Kongregation in Europa fort, gründete und leitete ein Stipendienprogramm für Ordinierte, die in Indien, Taiwan und in einigen Fällen auch in den USA studieren wollten. Die Hochehrwürdige Bhiksuni leitete viele Wohltätigkeitsaktivitäten persönlich und hat im Rahmen verschiedener karitativer Projekte Menschen in Việt Nam oder anderen Orten der Welt Hilfe zukommen lassen. Dazu gehörten der Bau von Brücken, das Verteilen von Nahrungsmitteln für kranke Menschen oder die Unterstützung der Opfer von Naturkatastrophen.

GRÜNDUNG MONASTISCHER ÜBUNGSZENTREN

Seit ihrer Ordination hatte die Hochehrwürdige Bhiksuni an der Seite ihrer Meisterin große Anstrengungen unternommen, um Pagoden wie das Nonnenkloster Bảo Thắng in der alten Stadt Hội An oder das Nonnenkloster Bảo Quang in der Stadt Đà Nẵng zu errichten.

Als wolle sie es den verdienstvollen Taten ihrer Meisterin gleichtun, gründete die Hochehrwürdige Bhiksuni nach ihrer Ankunft in Deutschland im Sommer 1984 in Hamburg das Nonnenkloster Bảo Quang. Sie arbeitete hart, um scheinbar unüberwindliche Schwierigkeiten zu bewältigen. Wie sie häufig gesagt hat: "Es war schwierig, einen Bodhibaum in einem Zementboden zu pflanzen."

Neben ihrer Verpflichtung, Ordinierten und Laien den Dharma zu vermitteln, war sie immer auch um Neulinge auf dem buddhistischen Pfad bemüht. Die Hochehrwürdige Bhiksuni gründete und führte beratend viele Nonnenklöster, als da sind: die Pagoden Bảo Vân und Hoa Đàm in Sài Gòn, Việt Nam; Pagode Linh Thứu in Berlin, Pagode Bảo Thành in Koblenz und Pagode Bảo Đức in Oberhausen, Deutschland, sowie die Pagode Bảo Liên in Odense, Dänemark.

Zudem unterstützte sie kontinuierlich verschiedene Projekte, um die Gründungspagode zu restaurieren, neue buddhistische Schulen in Vietnam zu eröffnen und spendete für buddhistische Einrichtungen in aller Welt.

PILGERREISEN UND KONTEMPLATION

Um dem Glauben neue Nahrung zu geben und in der buddhistischen Gemeinschaft zu festigen, unternahm die Hochehrwürdige Bhiksuni mehrere Pilgerfahrten und Bildungsreisen zu buddhistischen Reliquien, berühmten Pagoden oder heiligen Plätzen in Indien, Sri Lanka, Thailand und zu den vier großen heiligen Bergen in China.

Für gewöhnlich besuchte sie Pagoden auf anderen Kontinenten, um ihnen Respekt zu zollen oder um zum Erfahrungsaustausch mit anderen Meister*innen zusammenzukommen.

SOZIALE BEZIEHUNGEN

Die Hochehrwürdige Bhiksuni pflegte gute soziale Beziehungen zu verschiedenen buddhistischen Vereinigungen in Hamburg, wie etwa zu tibetischen oder srilankischen buddhistischen Gemeinden.

Ebenso pflegte sie Kontakte zu kulturellen Organisationen wie der Universität Hamburg, örtlichen Museen und den einheimischen evangelischen und katholischen Kirchen.

Ihr ganzes Leben lebte sie einfach und bescheiden, folgte strikt den buddhistischen Geboten und erarbeitete sich so den großen Respekt und die Wertschätzung von vielen buddhistischen Würdenträger*innen weltweit. Diese Persönlichkeiten besuchten in der Regel ihre Pagode Bảo Quang, wenn sie durch Deutschland reisten, auch als diese noch einen bescheidenen Ort darstellte. Der Gebetsraum von Bảo Quang hatte die Ehre, folgende Großmeister willkommen zu heißen: den Hochehrwürdigen (H.E.) Thích Tâm Châu (Kanada); H.E. Thích Mãn Giác, H.E. Thích Tín Nghĩa, H.E. Thích Nguyên Siêu (USA); Zen-Meister Thích Nhất Hạnh, H.E. Thích Minh Tâm, H.E. Thích Tánh Thiệt (Frankreich); H.E. Thích Như Huệ, H.E. Thích Bảo Lạc (Australien); H.E. Thích Minh Tuyền (Japan); H.E. Thích Như Điển (Deutschland)... und viele weitere. Berühmte buddhistische Würdenträger*innen wie der Meister Ajahn Brahm lehrten ebenfalls dort. Viele junge Mönche und Nonnen besuchten die Hochehrwürdige Bhiksuni regelmäßig, manchmal nur, um Erfahrungen und Meinungen auszutauschen oder in liebender Güte eine Empfehlung zu erhalten.

Mit Blick auf die buddhistische Laiengemeinschaft lag ihr die Gesundheit älterer Menschen am Herzen, die Beachtung eines angemessenen Lebensstils und die Unterstützung von jungen Menschen hinsichtlich der Umsetzung eines buddhistischen Lebens. Manchmal reiste sie Hunderte von Kilometern zu Familien, in denen es einen Konflikt gab, um Trost zu spenden und Ratschläge für Familienmitglieder zu geben. Ihre Anwesenheit wurde überall mit großer Wertschätzung aufgenommen.

DIE LETZTEN TAGE

Trotz ihrer langen gesundheitlichen Probleme mit dem Herzen, dem Magen und ihrer Lunge erkundigte sich die Hochehrwürdige Bhiksuni regelmäßig über die Fortschritte der buddhistischen Übungszentren und ermutigte und instruierte Schüler*innen und Laiengemeinschaft zu Studium und Praxis des Dharma.

In Übereinstimmung mit dem Gesetz der Vergänglichkeit verließ sie ihren Wiedergeburtskörper und ging zurück zu den beachteten Meister*innen und Buddhas der Vergangenheit; lasst uns trauern für alle Ordinierten und Buddhist*innen, insbesondere für uns, ihre Schüler*innen und engsten Dharma-Anhänger*innen.

Um den großen Meister*innen Gehorsam zu erweisen, haben wir kurze Praxis- und Kultivierungsübungen für unsere verstorbene Lehrerin zusammengestellt, auch wenn wir glauben, dass sie nicht damit zufrieden sein würde, wenn wir all diese Taten rezitieren. Sie lebte entschlossen nach ihrem Gelübde: „Handle als Buddhas Botschafter, führe alle Taten Buddhas aus", und sie erwartete nicht, dass die Leute darüber sprechen würden.

Wir werden ihre Hingabe, die sie im Testament für uns hinterlassen hat, tief in unser Gedächtnis einprägen: Praktiziert ernsthaft, haltet Euch strikt an die Regeln, lebt entsprechend der sechsfachen Verhaltensregeln, und zeigt allen empfindenden Wesen gegenüber Wohlwollen und Mitgefühl!

AUSZUG AUS DEM TESTAMENT, dessen Ausführungen handschriftlich am 6. August 2012 von der Ehrwürdigen Bhikhsuni Diệu Tâm in der Pagode Bảo Quang zu Hamburg niedergeschrieben wurden

Ich richte mich an diese Versammlung, um über unsere gemeinsamen Angelegenheiten zu sprechen: Wie ihr alle wisst [...] verfasste ich aus diesem Grund dieses Testament - Möge die Ehrwürdige Bhikhsuni Diệu Phước es für uns alle verlesen...

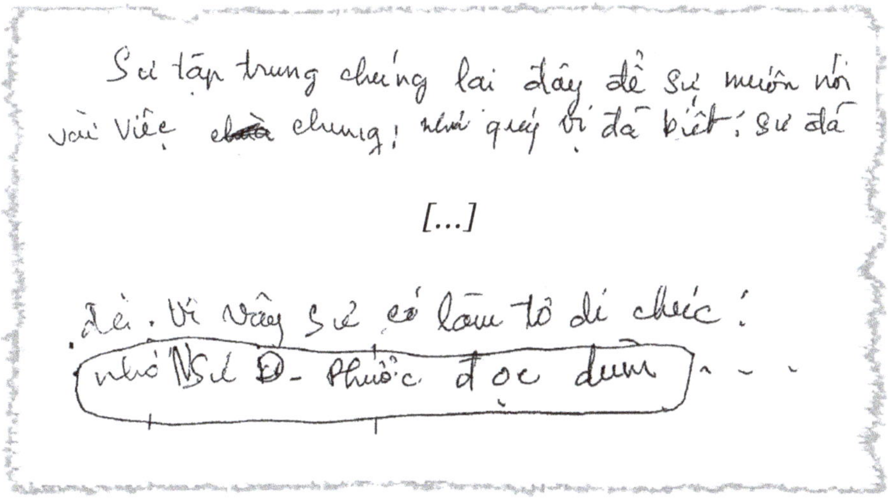
Sư tập trung chúng lại đây để Sư muốn nói vài việc chung; như quý vị đã biết; Sư đã

[...]

đề. Vì vậy Sư có làm tờ di chúc: nhờ NSư Đ- Phước đọc dùm ...

*(Manuskript der Hochehrwürdigen Bhikshuni Diệu Tâm, zusammengestellt zur Bekanntgabe ihres Testaments für ihre Schüler*innen und ihre Laiengemeinschaft am 12. Dezember 2012.)*

1. Bezüglich meiner Bestattungszeremonie

Meine Schüler*innen sollten die Bestattungsvorkehrungen so einfach wie möglich halten, nicht begleitet von überflüssigen und aufwendigen Zeremonien, die unnötige Kosten für die treuen Spender verursachen. Ich gelobe, dass ich in der Feierlichkeit Zuflucht bei den höchsten Würdenträger*innen unserer Vereinigten Vietnamesischen Buddhistischen Kongregation in Deutschland und in Europa nehmen werde und wünsche von ganzem Herzen, dass sie meine Bestattungszeremonie durchführen.

2. Bezüglich meiner Asche

Im Bewusstsein der Unbeständigkeit des Lebens, von Geburt und Tod und allen bedingten Elementen, die schließlich zu Asche vergehen, besitze ich demütig die schwer zu erwerbende Manifestation als Mensch und als glückverheißendes Wesen auf dem Pfad Buddhas.

Nach einer Lebenszeit von nahezu 80 Jahren mit fast 60 Jahren[1] im Buddha-Dharma wünsche ich mir, dass die Überreste meiner Existenz ein kleines Symbol darstellen, welches meine Schüler*innen,

---

[1] Geschrieben im Jahr 2012

Mitglieder*innen der Sangha sowie die buddhistischen Laien ermutigt, fleißig und eifrig zu praktizieren und den Dharma zu studieren. Mit diesem herzlichen Gelübde, nachdem mein Körper - bestehend aus den 4 elementaren Elementen - zu Asche geworden ist, würde ich Euch bitten, sie in vier Teile aufzuteilen und in vier Urnen zu füllen, die ich wie folgt widmen möchte:

2.1. Die erste Urne: Lebensumstände

Von der Geburt bis zur Mitte meiner Jugend, insbesondere an dem Wohnort meiner Mutter in Bình Triều, ernährte ich mich aufgrund von Unwissenheit, indem ich das Leben verschiedener Meerestiere nahm. Auch wenn ich danach mein ganzes Leben lang für diese Missetaten Buße tat, lebende Tiere freisetzte, Gebete sprach, aus Nächstenliebe Hilfe für die Bedürftigen darbrachte, so scheint es mir doch nicht ausreichend zu sein. Bitte streut meine Asche in den Fluss Chợ Được, als letztes Symbol, um meine bedingten Schulden zu begleichen.

Zuvor lasst mich noch einmal zur Bhiksuni-Pagode Bảo Thắng zurückkehren, um mich in Dankbarkeit vor Buddha und den Wurzelmeistern zu verneigen. An diesem Ort, im Jahr 1956, bat ich meine Meisterin um die Erlaubnis, Nonne zu werden und mich ordinieren zu lassen.

2.2. Die zweite Urne: Widmung meinen spirituellen Lehrer*innen

Freundlichkeit und Zuneigung meiner spirituellen Lehrer*innen konnten nie genug erwidert werden. An dem Tag, als meine Meisterin starb, war ich leider nicht da, um mich um sie zu kümmern. Meine Drehung des Lebensrades wird hier enden, und ich möchte mit meinen Schwestern im Dharma in der kleinen Stupa in der Nähe meiner Meisterin im Wurzeltempel Tường Vân von Huế platziert werden. Dieses Ereignis könnte mir die Möglichkeit geben, meinen Meister*innen in vielen Leben hingebungsvoll zu dienen.

Zuvor möchte ich noch einmal in den Bhiksuni-Tempel Bảo Quang in Đà Nẵng zurückkehren, um mich vor Buddha und den drei Juwelen zu verneigen. Das war ein Ort, an dem ich viele Jahre lang Dharma praktizierte und studierte, unter der tiefen Liebe und Fürsorge meiner Meisterin.

2.3. Die dritte Urne: Huldigung an Buddha

Einige der verbrannten Überreste von mir sollten im Lande Buddhas hinterlassen werden, mit meinem immerwährenden Gelübde, in der Ewigkeit dem gerechten Pfad zu folgen. Sollte der günstige Anlass eintreten, verteilt bitte meine Asche auf dem Geiergipfel (Griddhakuta-Hügel), wo vor Tausenden von Jahren unser gütiger und liebender Sakyamuni Buddha einst eine goldene Blume hochhielt und zu Mahakasyapa lächelte, wo der Buddha das Lotus-Sutra überlieferte, welches das ganze Universum erschütterte und allen Lebewesen Erlösung versprach.

Mögt ihr, meine geliebten Schüler*innen, die Gelegenheit haben, mit mir eine Pilgerreise in das Land Buddhas und seine heiligen Stätten zu unternehmen. Ein*e Pilger*in könnte die übernatürliche Kraft der Wunder spüren, wie ich sie einst erlebt hatte, und stets daran denken, dass ich immer nah bin, um euch willkommen zu heißen und mit euch auf dem Weg zu reisen.

2.4. Die vierte Urne: Dankbarkeit und Fortführung

Diese Urne wird im zugewiesenen buddhistischen Bereich des Friedhofs Öjendorf in Hamburg, Deutschland, begraben. Dies zeigt meinen aufrichtigen Dank an Deutschland, das die große Verantwortung trug, mich und meine Landsleute über viele Jahre hinweg in seiner Gesellschaft aufgenommen zu haben. Ich wünsche mir auch, dass die nächsten Generationen das Ullambana-Festival wählen, nachdem sie an den Zeremonien in der Pagode teilgenommen haben, um auf den Friedhof zu gehen und an alle Verstorbenen zu erinnern. In diesem Sinne beleben wir unsere Tradition, um die verstorbenen Geister unserer Vorfahr*innen zu ehren und die Fortführung unserer Kultur zu erhalten.

Bevor meine Asche zur Ruhe gelegt wird, lasst mich bitte zurückkehren, um mich in großem Respekt vor Buddha und den Wurzelmeistern der Viên Giác Pagode in Hannover zu verbeugen. Sie ist die zentrale Institution unserer Kongregation, die Wiege und der Stamm des vietnamesischen Buddhismus in Deutschland.

Dies war mein herzliches Gelübde. Möge es verwirklicht werden!

[...]

... Außerdem, liebe Schüler*innen, solltet Ihr nicht in Traurigkeit und Verzweiflung verfallen, wenn ich verstorben bin. **Praktiziert ernsthaft, haltet Euch strikt an die Regeln, lebt entsprechend den sechsfachen Verhaltensregeln, und zeigt allen empfindenden Wesen gegenüber Wohlwollen und Mitgefühl!**

Um dieses Gelübde zu verwirklichen, sind die Wurzelmeister und Eure Lehrer*innen bei Euch anwesend.

Nam Mô Thường Tinh Tấn Bồ Tát Ma Ha Tát

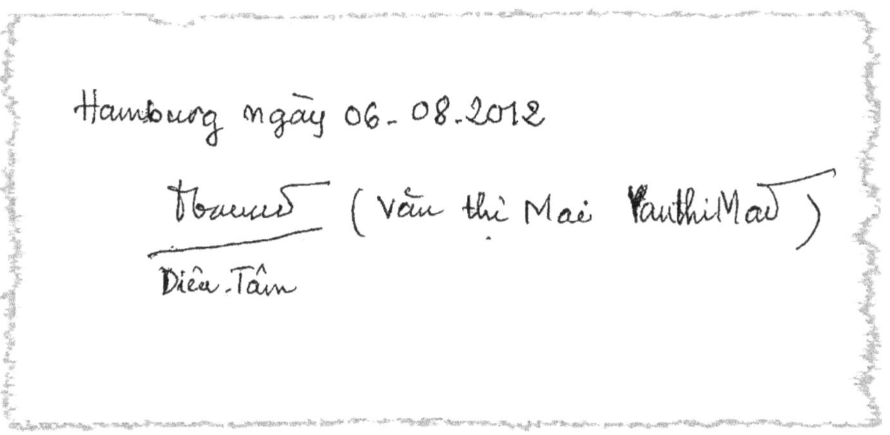

Handschrift der Ehrwürdigen Bhiksuni: Hamburg, den 06. 08. 2012

Unterschrift (Diệu Tâm) - (Văn thị Mai - Unterschrift)

PHẦN DỊCH TIẾNG ANH

Translation in English

BIOGRAPHY
OF THE MOST VENERABLE
BHIKSUNI THÍCH NỮ DIỆU TÂM
Founder Abbess of
the Nun Pagoda Bảo Quang
in Hamburg, Germany

ORIGINS

The Most Venerable Bhiksuni Diệu Tâm (secular name Văn Thị Mai, ordination name Nguyên Từ) was born in 1939 (Kỷ Mão - Year of the Cat) in Quảng Nam, Việt Nam. She was the first disciple of the Most Venerable Bhiksuni Đàm Minh. Both parents, despite their modern education, were very dedicated to the Buddha's teachings and from a young age Diệu Tâm frequently accompanied them to worship the Buddha.

At the age of fifteen the Most Venerable Bhiksuni went with her parents to the pagoda Bảo Thắng in

Hội An to ask the Most Venerable Bhiksuni Đàm Minh for permission to join the monastery. Four years later, on 19.06.1959, she was ordained as a novice and after two years, on 17.11.1961, received the higher Siksamana ordination.

In 1965, due to her learnings, practices as well as her suitability, the Most Venerable considered her eligible to become a Bhiksuni and let her participate in the formal ordination ceremony organized by Van Hanh, at the root pagoda Từ Hiếu in Huế (17-18.07.1965), led by the Most Venerable Bhiksu Thích Giác Nhiên, the Second Supreme Patriarch of the United Vietnamese Buddhist Congregation.

STUDIES AND PRACTICE

In addition to her studies with the Most Venerable Bhiksuni Đàm Minh and other high Bhiksunis such as the Most Venerables Diệu Không, Cát Tường, Diệu Trí etc., the Most Venerable Bhiksuni Diệu Tâm was selected by her master to attend a Secondary Buddhist Dharma program at Buddhist Dharma Nunnery Nha Trang and study Social Welfare at the University of Vạn Hạnh.

SOCIAL ACTIVITIES

The Most Venerable Bhiksuni held many positions of trust: she was Director of the Orphanage Diệu Định in Đà Nẵng, Manager of Day Nursery Bảo Quang, Thanh Khê in Đà Nẵng and she was responsible for the children's school of the pagoda Bảo Thắng in Hội An.

During her time abroad the Most Venerable Bhiksuni continued her engagement as the General Director of the Social Committee of the Unified Vietnamese Buddhist Congregation in Europe, founded and managed a scholarship program for ordained students who were looking to study in India, Taiwan and in some cases in America. The Most Venerable Bhiksuni has led many charity activities, including various social programs such as building bridges, distributing food to sick people or sending relief to victims of natural disasters in Vietnam or elsewhere around the world.

ESTABLISHMENT OF MONASTIC PRACTISING CENTERS

Since her ordination as the first disciple, the Most Venerable Bhiksuni together with her master, established pagodas such as the Bảo Thắng Nunnery in the ancient city of Hội An and Bảo Quang Nunnery in the city of Đà Nẵng.

Following in the footsteps of her master, after arriving in Germany in the summer of 1984, the Most Venerable Bhiksuni established the nunnery Bảo Quang in Hamburg. She tirelessly worked to overcome several obstacles seemingly insurmountable as she often said: "It was quite difficult to plant a Bodhi tree on a cement ground."

In addition to her duties of teaching Dharma to the monastics and laity Sangha, she was always kindly welcoming novices who were exploring the Buddhist path. The Most Venerable Bhiksuni also co-created and advised on the establishment of several nunneries: the pagodas Bảo Vân and Hoa Đàm (in Việt Nam); in Germany: Linh Thứu (in Berlin), Bảo Thành (in Koblenz), Bảo Đức (in Oberhausen) and Bảo Liên (in Odense, Denmark).

Furthermore, she continuously supported various projects to restore the founding pagoda, opened new Buddhist schools in Vietnam and donated to Buddhist institutions around the world.

PILGRIMAGE AND CONTEMPLATION

In order to strengthen the Buddhist faith and to strengthen the bonds in the Buddhist community, the Most Venerable Bhiksuni organized several pilgrimages and educational trips to Buddhist relics or sacred places in India, Sri Lanka, Thailand or The Four Sacred Mountains in China as well as many other celebrated old pagodas around the world.

She commonly visited pagodas on other continents to pay her respect or came to see and share best practices with other masters or Dharma colleagues.

SOCIAL RELATIONS

The Most Venerable Bhiksuni maintained close relationships with numerous local Buddhist associations in Hamburg such as the German, the Tibetan and the Sri Lankan Buddhist association. She also held closed bonds with local cultural organizations such as the Hamburg University, the Hamburg City Museum and the local Protestant and Catholic churches.

She lived her whole life simply and humbly, strictly followed the Buddhist precepts, and as a result earned great respect and admiration from many Buddhist dignitaries globally. When coming to Germany, these high personalities commonly visited her pagoda Bảo Quang in Hamburg even though it was a quite humble place in the beginning. The Main hall of Bảo Quang had the honour to welcome the following great masters: the Most Venerable (M.V.) Thích Tâm Châu (Canada); M.V. Thích Mãn Giác, M.V. Thích Tín Nghĩa, M.V. Thích Nguyên Siêu (USA); Zen Master Thích Nhất Hạnh, M.V. Thích Minh Tâm, M.V. Thích Tánh Thiệt

(France); M.V. Thích Minh Tuyền (Japan); M.V. Thích Như Huệ, M.V. Thích Bảo Lạc (Australia); M.V. Thích Như Điển (Germany)... and many more. Famous Buddhist lecturers such as Zen Master Ajahn Brahm also taught at her pagoda. Lots of young monastics frequently visited the Venerable Bhiksuni, sometimes just to exchange experiences and opinions or ask for a gentle advice..

Regarding the Buddhist laity community she took great interest in the health of the elderly, the observant lifestyle and supported young people to live a life according to the Buddhist ideals. At times she travelled hundreds of kilometers to a family in conflict to console and to give advice to family members. Her presence was received everywhere with great appreciation.

THE LAST DAYS

Despite her longstanding health problems with her heart, stomach, and lungs, Most Venerable Bhiksuni regularly enquired about the progress of the Buddhist practice centers and encouraged and instructed students and laity community to study and practice the Dharma.

In accordance with the law of transience, she left her rebirth body and went back to the respected masters and Buddhas of the past; let us mourn for all ordained and Buddhist practitioners, especially for us, their students and closest Dharma followers.

In order to show obedience to the great masters, we have put together a short practice and cultivation exercise for our late teacher, although we believe that she would not be satisfied if we recited all these deeds. She lived resolutely according to her vow: "Act as Buddha's messenger, perform all Buddha's deeds," and she did not expect people to talk about it.

We will imprint her devotion, which she left for us in her testament, deeply in our memory: Practice sincerely, keep strictly to the rules, live according to the sixfold rules of conduct, and show kindness and compassion to all sentient beings!

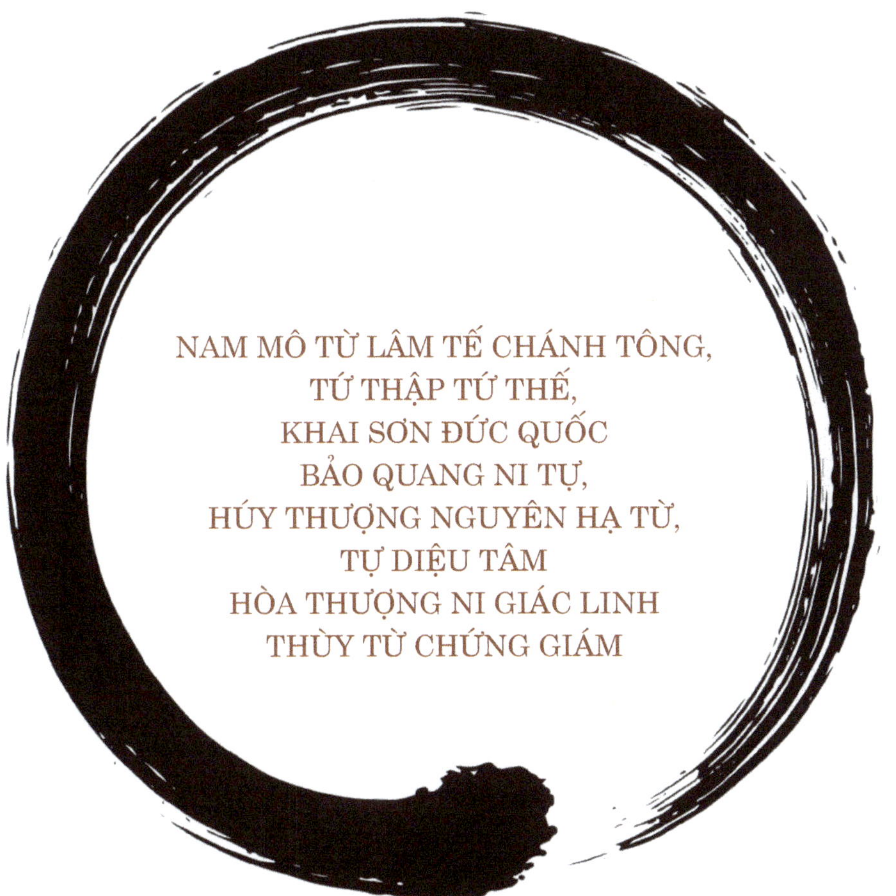

EXCERPT FROM THE WILL
which was documented
in handwriting on August **6, 2012**
by the Most Venerable Bhikhsuni Diệu Tâm
in the pagoda Bảo Quang zu Hamburg

I would like to address this assembly to talk about our common matters: As you all know [...] that is why I wrote this will - may the Reverend Bhikhsuni Diệu Phước share it with all of us.

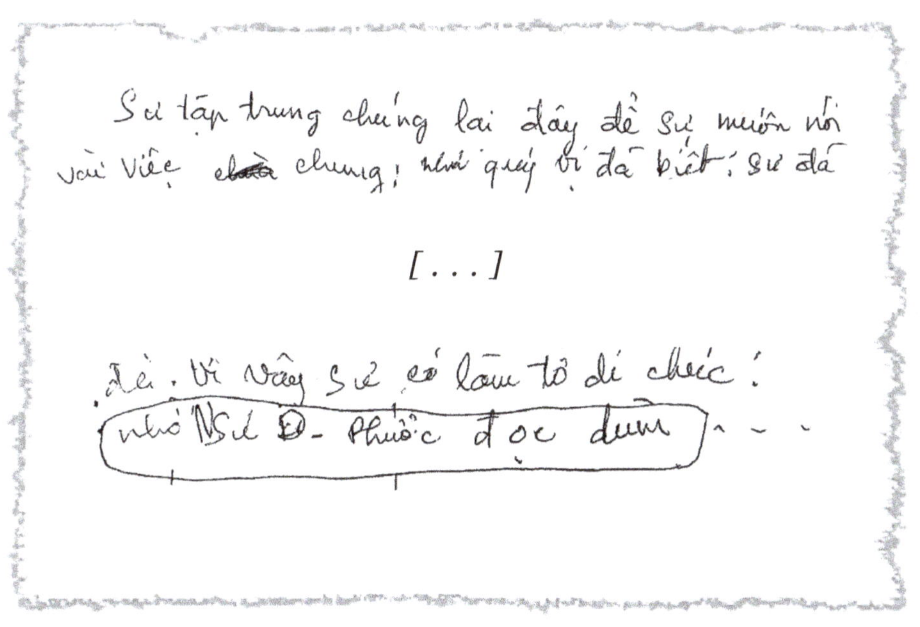

(Manuscript of Venerable Bhikshuni Dieu Tam, compiled for the announcement of her will to her students and lay community on December 12, 2012)

1. Regarding my funeral ceremony

My students should keep the funeral arrangements as simple as possible, not accompanied by unnecessary and elaborate ceremonies that create unnecessary costs for the faithful donors. I vow that I will take refuge in the ceremony with the highest dignitaries of our United Vietnamese Buddhist Congregation in Germany and in Europe and I wish with all my heart that they will conduct my funeral ceremony.

2. Regarding my ashes

Conscious of the transience of life, of birth and death and all the conditional elements that eventually turn to ashes, I humbly possess the hard-to-acquire manifestation as a human being and as an auspicious being on the path of Buddha.

After a lifetime of almost 80 years with almost 60 years of living in the Buddha Dharma,[1] I wish that my remains would be a small symbol that would encourage my disciples, the members of the Sangha as well as the Buddhist laymen to practice diligently and eagerly and to study the Dharma. With this heartfelt vow, after my body - consisting

---

[1] Writen in the year 2012.

of the four elementary elements - has turned to ashes, I would ask you to divide it into four parts and fill them into four urns, which I would like to dedicate as follows:

2.1. The first urn: living conditions

From birth to my adolescence, especially in the place where my mother lived in Bình Triều, I fed myself due to ignorance, taking the lives of various marine animals. Even though afterwards I repented of these misdeeds all my life, releasing living animals, saying prayers, offering help to the needy out of charity, it seems to me that this was not enough. Please scatter my ashes in the river Chợ Được, as a last symbol to pay my debts.

Before that, let me return to the bhikshuni pagoda Bảo Thắng to bow in gratitude before Buddha and the root masters. At this place in 1956 I asked my master for permission to become a nun and to ordain me.

2.2. The second urn: Dedication to my spiritual teachers

The kindness and affection of my spiritual teachers could never be reciprocated enough. On the day my master died, I was unfortunately not there to take care of her. My turn of the wheel of life will end here, and I want to be placed with my sisters in the Dharma in the small stupa near my master in the root temple Tường Vân of Huế. This event could give me the opportunity to devotionally serve my masters in many lives.

Before that I would like to return to the Bhikhsuni temple Bảo Quang in Đà Nẵng to bow before Buddha and the three jewels. This was a place where I practiced and studied Dharma for many years, under the deep love and care of my master.

2.3. The third urn: Homage to Buddha

A part of my burnt remains should be left in the land of Buddha, with my perpetual vow to follow the righteous path in eternity. Should the auspicious occasion arise, please spread my ashes on the Vulture's Peak (Griddhakuta Hill), where thousands of years ago our kind and loving Shakyamuni Buddha once held up a golden flower and smiled at Mahakashyapa, where the Buddha delivered the Lotus Sutra, which shook the whole universe and promised salvation to all living beings.

May you, my beloved disciples, have the opportunity to join me on a pilgrimage to the land of Buddha and his holy places. A pilgrim can feel the supernatural power of the miracles as I once experienced them and always remember that I am always close to welcome you and travel with you on the path.

2.4. The fourth urn: gratitude and continuation

This urn will be buried in the assigned Buddhist area of the Öjendorf cemetery in Hamburg, Germany. This shows my sincere thanks to Germany, which has borne the great responsibility of having welcomed me and my fellow countrymen into its society for many years. I also wish that the next generations will choose the Ullambana Festival, after having participated in the ceremonies in the pagoda, to go to the cemetery and remember all the deceased. In this sense, we revive our tradition to honor the deceased spirits of our ancestors and to preserve the continuation of our culture.

Before my ashes are laid to rest, please let me return to bow in great respect to Buddha and the root masters of the Viên Giác Pagoda in Hannover. It is the main institution of our congregation, the cradle and the stem of Vietnamese Buddhism in Germany.

This was my heartfelt vow. May it be realized!

[...]

… Besides, dear students, you should not fall into sadness and despair when I have passed away. **Practice seriously, keep strictly to the rules, live according to the sixfold rules of conduct, and show goodwill and compassion to all sentient beings!**

To realize this vow, the root masters and your teachers are present with you.

Nam Mô Thường Tinh Tấn Bồ Tát Ma Ha Tát

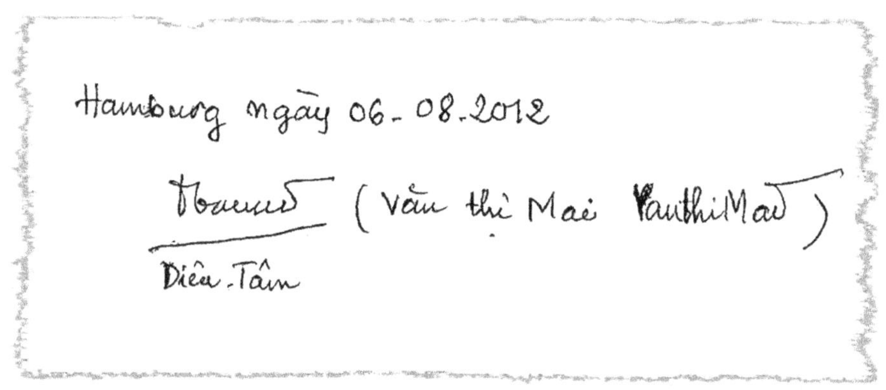

SƯ BÀ - HOCHEHRWÜRDIGE - MOST VENERABLE

THÍCH NỮ DIỆU TÂM